வேறு வேறு சூரியன்கள்

# வேறு வேறு சூரியன்கள்

சந்திரா தங்கராஜ்

எதிர்
வெளியீடு

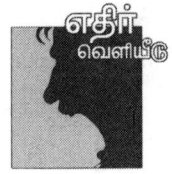

**வேறு வேறு சூரியன்கள்**
சந்திரா தங்கராஜ்

எதிர் முதல் பதிப்பு: ஜனவரி 2025

எதிர் வெளியீடு,
96, நியூ ஸ்கீம் ரோடு, பொள்ளாச்சி - 642 002
தொலைபேசி: 04259 - 226012, 99425 11302

**விலை: ரூ. 130**

Veru Veru curiyankal
Chandra Thangaraj

Copyright © Chandra Thangaraj


Ethir First Edition: January 2025

Published by
Ethir Veliyeedu, 96, New Scheme Road, Pollachi - 2
email: ethirveliyeedu@gmail.com
www.ethirveliyeedu.com

ISBN: 978-93-48598-11-0
Cover Design: Lark Bhaskaran
Printed at Jothy Enterprises, Chennai.

All rights reserved. No part of this book may be reprinted or reproduced or utilised in any form or by any electronic, mechanical or other means, now known or hereafter invented, including Photocopying and recording, or in any information storage or retrieval system, without permission in writing from the Publisher.

## சந்திரா தங்கராஜ்

தேனி மாவட்டத்திலுள்ள கூடலூரில் பிறந்தவர். தற்போது சென்னையில் வசிக்கிறார். ஆறாம்திணை, ஆனந்தவிகடன், குமுதம் இதழ்களில் பத்திரிகையாளராகப் பணியாற்றினார். 'கள்ளன்' என்ற திரைப்படத்தை இயக்கியுள்ளார். 'பூனைகள் இல்லாத வீடு', 'காட்டின் பெருங்கனவு', 'அழகம்மா' ஆகிய சிறுகதைத் தொகுப்புகளும் மற்றும் இவரது மொத்த சிறுகதைகள் 'சோளம்' எனும் தொகுப்பாகவும் வெளிவந்துள்ளது. 'நீங்கிச் செல்லும் பேரன்பு', 'வழிதவறியது ஆட்டுக்குட்டியல்ல கடவுள்', 'மிளகு' ஆகிய கவிதைத் தொகுப்புகளும் வெளிவந்திருக்கின்றன. 'புதுமைபித்தன் நினைவுச் சிறுகதை பரிசு', சிறந்த சிறுகதைத் தொகுப்புக்கான 'ஆனந்த விகடன் விருது', நெய்தல் அமைப்பின் 'சுந்தர ராமசாமி விருது', விஜய் டிவியின் இலக்கியத்திற்கான 'சிகரம் தொட்ட பெண்கள் விருது', தமிழ்நாடு இலக்கிய மேடை அமைப்பின் மதிப்புமிகு 'பெண் இயக்குநர் விருது', 'மிளகு' கவிதை தொகுப்புக்காக 'கோட்டை தமிழ் முற்றம்' அமைப்பின் தேவதேவன் விருது மற்றும் இவரது மொத்த சிறுகதைகள் அடங்கிய 'சோளம்' தொகுப்பிற்கு பபாசி அமைப்பின் 'கலைஞர் பொற்கிழி' விருதும் பெற்றுள்ளார்.

சமர்ப்பணம்

ஆசான் ஜெயமோகன் அவர்களுக்கு

## நன்றி

ச. துரை

சம்யுக்தா மாயா

பூவிதழ் உமேஷ்

நா. கதிர்வேலன்

அதிரூபன்

பௌஷியா

அபிநவ்

வெரோனிகா

## இதழ்கள்

ஆனந்த விகடன்

தமிழ்வெளி

அகழ்

| | |
|---|---:|
| அழிக்கத் தெரியாத ரப்பர் | 13 |
| தாழ்நில சங்கீதம் | 14 |
| மதிகெட்ட வரையாடு | 15 |
| தரிசனம் | 16 |
| நறுமணம் | 17 |
| கப்பக்கிழங்குகளுக்கு நன்றி | 18 |
| சூரியனின் பரிவாரங்கள் | 19 |
| சர்க்கஸ் கூடாரம் பிரிக்கப்படுகிறது | 20 |
| வேட்டை நாய்கள் | 21 |
| அன்னமிடுதல் | 22 |
| அலைகளின் கருணை | 23 |
| நீல சயனம் | 24 |
| அதிகாலை உணவு | 25 |
| செவ்வந்திக் கதிர்கள் | 26 |
| சர்பிரைஸ் பெட்டி | 27 |
| நிற்காமல் ஓடும் மிதிவண்டி | 28 |
| நளிர் நிலா | 29 |
| விரியன் பாதை | 30 |
| அணையாச் சிதை | 32 |
| திரும்பிச் செல்லும் படகு | 33 |
| வேறு வேறு சூரியன்கள் | 34 |
| கடலுக்குச் செல்லும் வழி | 35 |

| | |
|---|---|
| சாயங்காலம் | 36 |
| சூரியன் உலாவும் நன்னிலம் | 37 |
| குறைகால இச்சை | 39 |
| ரயிலில் செல்லும் வாழ்வு | 40 |
| சிதறல் | 41 |
| நானொரு வாயசைப்பு | 42 |
| பெயர் தெரியாதவைகளின் கிரீச்சிடல் | 43 |
| இண்டு | 44 |
| சூரியப்பந்து | 46 |
| யானைச் சித்திரங்கள் | 47 |
| மேகத்துண்டு | 48 |
| டப் டப் | 49 |
| ஐந்து ஐந்தாக | 50 |
| பாவினம் | 51 |
| இரவுப் பூங்கா | 52 |
| மாயமரம் | 53 |
| பொடிமீன் | 55 |
| வெள்ளொளிக் கோலங்கள் | 56 |
| மரத்தின் கொடை | 57 |
| பிரமைகள் நீங்கிய மனம் | 58 |
| இரண்டு குருவிகள் | 59 |
| நல்லமைதி | 60 |
| ஆகம ருசி | 61 |
| கால்களை இழுத்தபடி நடக்கும் மழை | 62 |
| மதர்த்தலையும் களிறு | 63 |
| சிறு கல் | 64 |
| மீட்சியற்ற பாவங்கள் | 65 |

| | |
|---|---|
| ஞாபக அழுத்தி | 66 |
| சிறுபொழுது | 67 |
| புத்துயிர்ப்பு | 68 |
| யாருக்கும் புலனாகாத கொக்கரக்கோ | 69 |
| சிம்பொனி | 70 |
| வாழ்வுக்குத் திரும்புதல் | 71 |

## அழிக்கத் தெரியாத ரப்பர்

நிறுத்தி நிறுத்தி அழும் காயம்பட்ட சிறுமியைப்போல
சூரியன் விட்டுவிட்டு ஒளிர்ந்தது.
என்னதான் நடக்கிறதென
என்றோ மூடப்பட்ட என் சாளரத்தைத் திறந்து பார்த்தேன்
எதிர் திசையில் மண்சுவரில் படர்ந்திருந்த பூசணிப் பூக்கள்
வெயிலில் ஒரு மாதிரியும்
வெயிலற்ற பொழுதில் ஒரு மாதிரியுமாய் நிறம் கொண்டிருந்தன.

முன்பு அங்கொரு வீடிருந்தது
அங்கே துணிகளுக்கு அடியில் தாழம்பூ மணக்கும்
அம்மாவின் தகரப்பெட்டியும் இருந்தது
அதில் ஒரு சின்ன நெளிவு
அவளின் முடிக்கற்றையைப்போல அவ்வளவு அழகாக.

வாரத்திற்கொருமுறை
அம்மா ஏற்றும் அகல்விளக்கு ஒளி நிழல்களில்
கருமையாய்ப் படிந்திருந்தன எங்களின் லட்சம் துயர்கள்
வீட்டுப்பாடங்களை எழுதும்போது,
ஆப்பிள் வாசனை வரும் பென்சில் அழிப்பான்களால்
அவற்றை அழித்தோம்.
ஆனால் அம்மாவின் துயர் மட்டும்
ஆப்பிள் வாசனையோடு மிஞ்சிப்போனது.

## தாழ்நில சங்கீதம்

புயல் மழை அடிக்கிறது
கொஞ்சமும் அமைதியின்றி மரங்கள் அசைகின்றன.
மழை ஓசையினூடே சன்னமாகக் கேட்கிறது ஒரு பாடல்
அதன் பின்னே வருகிறது கமகமவென உணவின் வாசம்
வடமாநில கட்டிடத் தொழிலாளி சமைத்தபடி பாடுகிறார்
நான் அறியா மொழியில் இழைந்தோடும் அவ்வினிய சங்கீதம்
எனை அழைத்துச் செல்கிறது ஒரு பொன்னான வயல்வெளிக்கு
அங்கே காண்கிறேன்
அசைந்தாடும் சூரியனின் பலவண்ணத்திட்டுகளை
அதில் மறைகின்றன இப்பூமியின் அசுர துக்கங்கள்
கொக்குகளும் நாரைகளும் அச்சமின்றி உலாவிப்
பொன்னிறத் தானியங்களைக் கொத்தித் தின்கின்றன.
அத்தாழ்நிலத்தின் மறுபுறம் இறங்கும் சூரிய நிழல்களில்
இளைப்பாறி அமர்ந்திருக்கிறாள் அம்மா.
பறவைகளை விரட்டும் கவணோடு
அச்சமவெளியையே கண்காணிப்பவர்போல
வயல்வரப்பில் வேகு வேகுவென்று நடந்து வருகிறார் அப்பா
அவரின் உற்சாகத் தாவலில்
குரலெடுத்துப் பாடுகின்றன தவளைகள்.

## மதிகெட்ட வரையாடு

கோரைப்புல் செழித்திருந்த மலை முகட்டில்
ரகசிய காயங்களுடைய பெண்ணொருத்தி ஏறுகிறாள்.
ஈரக்காற்று அவள் பின்னங்கழுத்து ரோமங்களை அசைக்க,
கூதிர்கால சூரியனின் மஞ்சள் வெப்பத்தைப் போன்ற
பொன்சிரிப்புடன்
திரும்பிப் பார்த்துத் தனது ரகசியங்களைத் தடவுகிறாள்.
பின் அழுத்தமாகத் தேய்த்து அழிக்கிறாள்
அதிலிருந்து கிளம்புகின்றன
கூர்மையான கொம்புகளுடைய வரையாடுகள்.
பசி தீருமட்டும் புற்களை உண்ணட்டும் என்று அவற்றை
மேயவிட்டாள்.
கட்டாப்பில் கேட்பாரற்று மலர்ந்து கிடந்த
செம்பருத்தி மலர்களை உண்டதும்,
மதி கலங்கி ஊளையிட்டு
மலையிறக்கத்தில் தலைதெறிக்க ஓடின வரையாடுகள்.
"என் செல்ல காயமே
என் செல்ல காயமே" எனக் கூவியபடி
அதன் பின்னால் ஓடுகிறவளை வழிமறித்து நிற்கிறது அந்தி நிலா.

### தரிசனம்

பிரார்த்தனையெல்லாம் இல்லை
சூரியன் குன்றுக்குப் பின்னே அஸ்தமிப்பதைக் காண்பதற்காகத்தான்
தாமஸ் மௌண்ட் தேவாலயத்திற்குச் செல்கிறேன்
ஏசுவும் அதே காரணத்திற்காகத்தான் அங்கிருப்பதாகச்
சொன்னார்.

## நறுமணம்

அது ஒரு ஒன்றும் இல்லாத நாள்
அவளுக்கு வெகு நாள்களாக இப்படித்தான்
ஒன்றும் இல்லாமல் இருக்கிறது.
வெள்ளி நட்சத்திரங்களைப்போல
எல்லாமே வெகுதொலைவில் நிற்கின்றன.

சிரிப்பதற்கு அவளுக்கென்று மழை நாள்கள் மட்டுமே இருந்தன
அப்போது ரோஜா செடிக்குப் பதியம் வைத்தாள்
அது வேகமாகத் துளிர்த்தது.
முதலில் சிவப்புநிற ரோஜாக்கள்தான் பூத்தன
திடீரென்று ரோஜா செடியில் ஆப்பிள்கள் காய்த்தன.
இப்படித்தான் அவள் வாழ்வில் எல்லாம் தடம் புரள்கின்றன.
ஒரு முறை அவள் மலை ஏறும்போது
மலை கீழிறங்கியது
குளத்தில் குதித்தபோது
குளம் கரையேறியது
மற்றவர்கள் கவனிக்கும்முன் ஆப்பிள்களைப் பறித்து
உணவு மேஜையிலுள்ள பழக்கூடையில் வைத்தாள்.
அடுத்த நாளும்
அடுத்த நாளும்
பறிக்கப் பறிக்க ரோஜா செடியில் ஆப்பிள்களே காய்த்தன
அவற்றை அறைக்குள் வைத்து மூடினாள்.
வீடு முழுக்க ஆப்பிள்கள் நிறைந்தன
நடக்க இடமே இல்லை.
நாள்பட நாள்பட ஆப்பிள்கள் கெட்டுக் கூழாயின
அறையை இறுக்கி அடைத்தாள்
மீறியும் ஆப்பிள்களின் நாற்றம்
இறுதியில் நாற்றங்களையெல்லாம் பூசிக்கொண்டு வெளியேறினாள்
அப்பொழுது உடல் முழுக்க ரோஜாக்கள் பூத்தன.

## கப்பக்கிழங்குகளுக்கு நன்றி

எலும்பு மஜ்ஜை உறையும் குளிர்நாளொன்றில்
அப்பா மறுபிறவியெடுத்தார்.

அவரது இடது தோள்பட்டையை உரசிச் சென்ற துப்பாக்கிக் குண்டு
சகா ஒருவரின் நெஞ்சைத் துளைத்தது.

புற்றுநோய் சிகிச்சைக்காக மருத்துவமனை படுக்கையில் கிடந்தபோது
மரணம்வரை அதைப் புலம்பினார் அப்பா.

ஒரு படி அரிசிக்காக அவர்கள் புரட்சி செய்தார்கள்
அதற்காகப் பலநூறு லத்தி அடிகளைப்
பரிசாகப் பெற்றார்கள்
ஒரு நாளுக்கு இரண்டு ரூபாய் கூலி
அதில் ஐந்து பிள்ளைகளின் பசியைப் போக்குவது எப்படி?
பிள்ளைகளின் அரை வயிற்றை நிரப்பவும்
தலைச்சுமையுடன் மலை ஏறவும்
அப்போது அப்பாவிடம் இரண்டு பாடல்கள் இருந்தன
அவர் அதை இப்போது முழுவதுமாக மறந்துவிட்டதும் நன்மைக்கே
இல்லையென்றால்
பாடும்போது காய்த்துப்போன அவர் உள்ளங்கைகளைத் தடவி
ஆறுதலூட்டுவது வெகு சிரமம்.

அலையலையாய் வெள்ளி மேகங்கள் தவழும்
மலையுச்சியை நினைவு கூர்ந்தபடி அவர் மரணிக்க வேண்டுமென
நான் பிரார்த்தனை செய்தேன்
ஆனால் அவரோ பலநாள் மழை இரவுகளில்
பசியாற்றிய கப்பக்கிழங்குகளைப் பிரார்த்தித்தபடியே
இறந்துபோனார்.

## சூரியனின் பரிவாரங்கள்

கடலுக்கு அன்று பிரத்யேகமான எந்த ஒளியும் இல்லை
அது தன் ஆதி நிறத்தைக் கொண்டிருந்தது
கண்ணீரின் சாபம் மட்டுமே எஞ்சிய விழிகளோடு
அதன் முன் நின்றேன்.
எனைப் பிடித்த தீமைகளையெல்லாம்
சிறு கல்லாக்கி நீரினுள் எறிந்தேன்.
பின் அலைகளிடம் முழந்தாளிட்டுக் குனிந்து கேட்டேன்
எல்லாம் விலகிவிட்டதாவென.
அமிழ்வதும் ஆழ்வதுமாய்
விளையாடியபடி இருந்தன அலைகள்
பின் எடையற்றுப்போன உடலோடு
நான் நிமிர்ந்து பார்க்கிறேன்
தன் ஆரஞ்சு பரிவாரங்களையெல்லாம்
கூட்டிக்கொண்டு வந்த சூரியப்பந்து
வானில் கலகலத்து நிற்கிறது.

## சர்க்கஸ் கூடாரம் பிரிக்கப்படுகிறது

உருத்திரளாத நிலவு பவளமல்லி மரத்திற்கிடையே
உடைந்து நிற்கிறது
படுக்கையறையிலிருந்து எங்கள் மலையைப் பார்க்கும்
கடைசி இரவு இது
என் இதயக் காட்டில் எல்லாப் பறவைகளுக்கும்
பைத்தியம் முற்றிவிட்டது.
கையிலிருக்கும் அம்புகளை ஏவிப்
பறவைகளை அமைதியடையச் செய்து
வீட்டுத் தோட்டத்தில் மரம் செடிகளுக்கிடையே
உலர்த்தி வைத்தேன்
ஆனால் பைத்தியம் பிடித்த அவற்றின் கண்கள்
சிரிப்பதை நிறுத்தவில்லை.

துளசி மாடத்தில் தீபம் அணையாதிருக்க
விடியவிடிய உறங்காமல் எண்ணெய் ஊற்றுகிறாள் அம்மா
ராத்தங்கலுக்கு உலகின் மறுபுறம் செல்லும் சூரியனும்
உறங்குவதில்லை என்கிறாள் சன்னமாக
யாரும் பார்ப்பதற்குமுன் வீட்டைவிட்டு வெளியேறியாக வேண்டும்
கண்ணீர் சிந்தினால் நாடோடிகள் சொந்த நிலத்தை வேண்டுவது
வரலாற்றுப் பிழை என்பார்கள்.

என் செந்நிலமே
பபூன் வேடம் தரித்திருந்த எங்களின் தலைகளைத் துண்டாக்கி
நிலவடியில் மாட்டிவிட்டு வெளியேறுகிறோம்
இனி கடந்த காலம் புதையுண்ட முதுமொழியாகும்.

## வேட்டை நாய்கள்

அறிவியல் செயல் பாடத்திட்ட பயிற்சிக்காக
நோட்டுகளில் பாடம் பண்ண காட்டுக்குள் ஓடிப்
பூக்கள் காய்கள் செடிகளைச் சேகரித்தோம்
ஞாபகமிருக்கிறதா?
அப்போதுதான் மலரத் தொடங்கியிருந்த
செவ்வந்திப் பூக்களில்
அமர்ந்த தேனீ ஒன்று நம்மைப் பார்த்து
மலங்க மலங்க விழித்ததே!
அன்றுணர்ந்த உன் விரல்களின் ஸ்பரிசம்
எரிந்து போகவில்லை
நரம்புகளில் இன்னும் ருசித்தே கிடக்கின்றன.
நான் மஞ்சள் மகரந்தங்களைக் கன்னத்தில் பூசிக்கொண்டு
முகம் பார்க்க ஏரியை நோக்கியபோது நீயும் குனிந்தாய்
அன்று உன்னையும் என்னையும் சேர்த்துப்
பள்ளத்து நீரில் மங்கலாய்க் கிடந்ததே மூன்று நிலாக்கள்
அந்த நிலாப்பொழுதின் கிறுக்கு பிடித்த முத்தம்
இன்றுவரை அந்தப் பள்ளத்து நீரில்
தத்தளித்துக் கிடக்கும்தானே
நீ சென்று பார்த்தாயா?
பருவங்கள் மாறியபின்பும் மேலெழும்பிக் கொண்டே இருக்கும்
நம் மலையடிவாரக் கனவுகளை உனக்கு அனுப்பி வைக்கிறேன்
எஜமானனின் கைமீறி வெறியோடு பாயும்
வேட்டைநாய்களைப்போல
அவை கூக்குரலிட்டபடி அலைகின்றன
கொஞ்சம் அடக்கிவைத்துத் திருப்பி அனுப்பு.

## அன்னமிடுதல்

என் கனவுகளில் குதிரைகளின் உடல்கள்
துண்டாக்கப்படுகின்றன
என்றேன் பாட்டியிடம்
"ஒரே கனவா" எனக்கேட்டாள்
இல்லை வெவ்வேறு கனவுகள் வெவ்வேறு குதிரைகள் என்றேன்.
"மாமிசங்களைத் துண்டாக்கிக் காய வை" என்றாள்
குதிரை மாமிசம் உண்ணக் கூடாதில்லையா என்றதும்
"அது உனக்கல்ல உன் கனவுகளுக்கு" என்றாள்
இப்படித்தான் தொடங்கியது
கனவுகளில் கண்டதையெல்லாம் மாமிசமாக்கி
உப்பிட்டுக் கனவுகளுக்கு உணவிடுவது.

## அலைகளின் கருணை

சாம்பல் பனிமூட்டம் நிறைந்த மாலை
கைவிடப்பட்ட யாரோ இருவர்
கடற்கரையில் தூரம் தூரமாக நிற்கிறார்கள்.
மொத்த வாழ்வும் மீதமற்று கடந்தகாலமாகிவிட்டதைப்போல
அவர்கள் முகத்தில் வெறுமை குடிகொண்டிருக்கிறது.

குழந்தையின் கையில் அகப்பட்டு உடைபடும்
வண்ணக்குமிழிகளின் பெருவெடிப்போடு,
தூர வானத்தைப் பார்த்து
இவ்வளவு துயரா! இவ்வளவு துயரா!
என அதிசயமாக அவர்கள் கேட்டுக் கொண்டிருக்கும்போதே
ஒரு அலை இருவரையும் அசைத்துத்
திரும்பிப் பார்க்க வைக்கிறது.

சிப்பி திறப்பதைப் போன்ற இருவரின் மெதுவான சிரிப்பும்
நீரில் மிதக்க ஒருவரைப் பார்த்து ஒருவர்
சூரியனே நீயும் இருக்கிறாய்
நீயும் இருக்கிறாய் எனக்கூவி ஆனந்தக் கூச்சலிடுகிறார்கள்
சூரியன் ஆரஞ்சுக் கதிர்களை வீசிக் கடலைப் பொன்னீராக்குகிறது.

## நீல சயனம்

அம்மாவிடமிருந்து திரிந்த முலைப்பாலை அருந்திய போது
அவளுக்குப் பித்தம் தலைக்கேறியது
ஒரு மத்யானம் வீட்டை விட்டு வெளியேறினாள்.

தாமரைக் குளத்தில் அல்லிமலர்கள் பூத்திருந்தன
கூந்தல் முடிகளைப் பிய்த்தெடுத்து நூலாக்கி
அல்லிகளை மாலையாகத் தொடுக்கிறாள்.

மலர்களிலிருந்து எட்டிப்பார்த்த சர்ப்பத்திற்கு
மாத்திரைகளை விழுங்கக் கொடுத்து,
"பைத்தியமாகிவிடாதே எல்லாம் சரியாகிவிடும்" எனத்
தலைகோதி சயனத்தில் ஆழ்த்தி,
சர்ப்பத்தின் உள்நாக்கு நீலத்தை ருசித்து வண்ணமாகிறாள்.

"மயிலின் தோகையென விரிந்த உடலில் நீல நடனம்
அரங்கேறுகிறது"

அம்மாவின் எழுத்து இயந்திரத்தில் இன்னொரு கவிதை பிறந்தது.

இப்படித்தான்
தினம் தினம் தான் வளர்க்கும்
மலைப்பாம்பின் வயிற்றுக்கு
அவளை இரையாக்குவதும்
பின் அதன் வாய்க்குள் கையை நுழைத்து
அவளை வெளியே இழுப்பதுமாகப்
பெரும் விளையாட்டை இருபத்தைந்து ஆண்டுகளாக
அம்மா விடாது செய்கிறாள்.

## அதிகாலை உணவு

கொய்யாவைக் கொறித்துக் கொண்டிருக்கிறது அணில்
அப்போது வெயில் மேலிருந்து இறங்கி வருகிறது
அது கொஞ்சம் தள்ளி வேறொரு கொய்யாவில்
உட்கார்ந்திருக்கலாம்
வீம்பாக அது அணில் கொய்யாவில் அமர
சிறிது நேரம் செய்வதறியாது திகைத்து நின்ற அணில்
பின் எந்த யோசனையும் இன்றி
வேகு வேகுவென
வெயிலைக் கொத்திக் கொத்தித் தின்கிறது.

## செவ்வந்திக் கதிர்கள்

முடிவுறாத சாலையில்
கால்கடுக்க வெகுநேரம் நடந்து செல்கிறேன்.
பெருஞ்சுமை மனது எத்திசையும் ஆடாது நிற்க
தனிமை நிறைசூலாகி வெளியை வியாபிக்கிறது
நேர்திசையில் முகத்திலடிக்கும் எல்லா வெளிச்சத்தையும்
நானே உறிஞ்சி அருந்துகிறேன்
அதுவொன்றும் பழுதில்லை.
அந்திக்கருக்கலில்
இருளுக்கு வெளிச்சத்தைத் திருப்பி ஊற்றி விடலாம்.
இந்த விளையாட்டும் இல்லையென்றால்
தினம் தினம் அச்சத்தில் மாய்வேன்.
அன்றைய பணிகளை முடித்துக் கொண்ட சூரியன்
ஆதரவற்ற கட்டிட வெளியில் அஸ்தமிக்கிறது.
செவ்வந்தி மலர்களைச் சூடியிருந்த அம்மாவின்
மஞ்சள் வாசனையே சூரியக்கதிர்கள்
எவ்வளவு தூரத்தில் இருந்தாலும்
இருவரும் என் கண்களுக்குப் புலப்பட்டுவிடுகிறார்கள்
வாழ்வதற்கு இது ஒரு நல்ல சகுனம்.

## சர்பிரைஸ் பெட்டி

வரும்போது ஆரஞ்சு நிறப் பெட்டியில்
"ஃபுல் ஆஃப் சர்பிரைசஸ்" என்றுதான் எழுதப்பட்டிருந்தது
1 2 3 என்று வரிசைக்கிரமமாகப்
பரிசுப் பொருள்களைத் திறக்க வேண்டும்
என்ற குறிப்பும் இருந்தது.

ஒவ்வொரு மசங்கலிலும்
ஒரு சர்பிரைஸ் உடைக்கப்படும் என்ற நிபந்தனை.

வெறுமனே காகிதத் துண்டுகளால் சுற்றப்பட்டிருக்கும்
அவற்றைத் திறந்து பார்க்கிறேன்
"நீங்கள் தவறான பொட்டலத்தைத் திறந்துவிட்டீர்கள்"
என்றே வருகிறது.

பெட்டி காலியாகும்வரை
எனக்கான வரிகள் எழுதப்பட்டிருக்கிறதாவெனத்
திறந்து கொண்டிருந்தேன்.

கடைசித் துண்டைத் திறந்து பார்த்தால்
"முட்டாள் நீ தவறான பெட்டிகளைத்
திறந்து கொண்டிருக்கிறாய்" என்றிருந்தது
அதுவொரு பாடம் என்றறியவே
எனக்கு இரண்டு ஆண்டுகள் ஆகிற்று
அதற்குள் என் நெற்றியில்
இரு நீளமான கோடுகள் விழுந்திருந்தன.

## நிற்காமல் ஓடும் மிதிவண்டி

மரங்கள் நிறைந்த தேவாலய சாலையின்
வளைவுப் பாதையில்
குட்டை பாவாடை அணிந்து மிதிவண்டியை அழுத்தும்
அந்தப் பெண்ணும் வளைந்து செல்கிறாள்.

இளம் ஆண்பிள்ளைகள் பின்தொடர்ந்து போகிறார்கள்
அது மரகதவெயில் பொழுது
மேகங்கள் தாழ்ந்திறங்கிச் செல்கின்றன.

அவள் கால்கள் மிதிவண்டியின் பெடல்களைச் சுற்ற
சங்கீதக் கீர்த்தனைகள் உருள்கின்றன.

என்னுள் பூட்ட முடியாத மகிழ்வொன்று பீறிடுகிறது
நான் அதைக் களவாடி என் காலச் சக்கரத்தில் பொறுத்தி
வேக வேகமாகப் பின்னுக்குத் தள்ளுகிறேன்.

அங்கே ஓடிக்கொண்டிருக்கிறது ஒரு பெருநதி
நீந்தித் தத்தளித்து மேலேறினால்
பின்னே வருகிறது ஒரு வசந்தகாலம்
அங்கே நான் அழுத்தாமலே ஓடிக்கொண்டிருக்கிறது
என் மிதிவண்டி.

## நளிர் நிலா

இரு சமவெளிக்குக் குறுக்காக நீண்டிருக்கும்
மலையைப் போன்றது மகிழ்ச்சி

உனக்கு வெம்மையான சூரியோதயம்
எனக்குச் செங்கதிர் பரத்தும் அஸ்தமனம்

இந்தப் பக்கம் நீ
அந்தப் பக்கம் நான்

மேலும் நம் சமவெளிகளில்
சூரியகாந்திப் பூக்களை மலர்த்தி வைத்திருக்கிறோம்
கடுமை கூடிய வெயில் பொழுதுகளில்
மலையைப் பார்க்கிறோம்
அப்போது அங்கிருந்து நளிர் நிலாவின்
இனிய வெள்ளொளி வீசுகிறது.

## விரியன் பாதை

அதுவொரு டெட் எண்ட் அதாவது மரண முடிவு
எவ்வளவு அபத்த சொல் இது
டெட் எண்ட்
முடிந்துபோன தெரு
இப்படியாவது வைத்துக் கொள்வோம்
இல்லை இதுவும் சரியாக இல்லை
முட்டுச் சந்து
இது சரியாக இருக்கும்
மரண முடிவில் நடந்தேன்
ச்சீ
முடிந்துபோன தெருவில் நடந்தேன்
ச்சீ
முட்டுச்சந்தில் நடந்தேன்
பனிக்குல்லாய் அணிந்த சிறுமி
இளந்தளிர் வெயிலில் சின்ன விரல்களால்
தன் அம்மாவின் கைகளைப் பிடித்தபடி நிற்கிறாள்
தாயும் மகளும் முடிந்துபோன தெருவுக்கு
எதிர்ப் பக்கம் போகிறார்கள்
அப்போதுதான் மழைவிட்டிருந்தது
கடந்துசெல்லும் போதெல்லாம்
மழை நீர் சொட்டுகிறதென்று
பெண்ணொருத்தி தன் வீட்டு மரத்தைப்
பிடித்து உலுக்குகிறாள்
மஞ்சள் ஒளியில் நீர்த் திவலைகள் பதறித் தெறிக்கின்றன
நான் செல்ல வேண்டிய வீட்டின் முகவரியை

அந்தப் பெண்ணிடம் கேட்டேன்
"நீங்கள் டெட் எண்ட்டிற்கு வந்திருக்கிறீர்கள்" என்றாள்
மரண முடிவுக்கா என்றேன்
அந்தப் பெண் முறைத்தாள்
"முட்டுச் சந்திற்கு வந்திருக்கிறீர்கள்" என்று
எதிர் திசையில் சிறுமி நடந்து போகும் பாதையைக் காட்டினாள்
அந்தக் குழந்தையின் வரிவரியான ஷூ தடங்கள்
விரியன் குட்டிகளைப்போலப் பாதையெங்கும் படுத்துக்கிடந்தன.

## அணையாச் சிதை

இப்போதெல்லாம் என் கனவில்
நதிக்கரையில் எரிந்து கொண்டிருக்கும்
அணையாச் சிதை ஒன்று
அடிக்கடி வருகிறது.
மகரந்தச்சுடர் போன்ற தீப்பொறி
விழாக்கோலமாய் வெளியில் பறக்க,
உடலின் நறும்புகையை எடுத்துக்கொண்டு
பறவைகள் எங்கேயோ பறந்து செல்கின்றன.
காற்றில் செஞ்சுடரின் களி நடனம்.
நான் எரிந்துகொண்டிருப்பதை
நானே நின்று பார்த்துக்கொண்டிருக்கிறேன்
படகோட்டி காத்திருக்கிறான்
என்னை மறுகரைக்குக் கூட்டிச் செல்ல.

## திரும்பிச் செல்லும் படகு

டிசம்பர் மதியத்தின் குளிர்மேகம்
ஒளியை அளாவி நீந்தியபடி மிதந்து நகர்கிறது.
உயர் அடுக்கு கட்டடத்தின் கட்டுமானப் பணியில் இருக்கிறான் தொழிலாளி.
அவன் தலைக்குமேல் வான்குடை வீரனைப்போல
திடுமென வந்து நிற்கிறது சூரியன்
எந்த நொடியிலும் கீழே குதித்துவிடுவேன்
என்றொரு பாவனை அதன் ஜொலிப்பில்.
கண்விலகாது பார்க்கிறான்.
கடலாழத்தில் மூழ்கிக்கொண்டிருப்பவனை
அழைத்துச் செல்ல வரும் சிறு படகனெ
வாழ்வு கையசைக்கிறது.
எல்லாப் பணிகளையும் நிறுத்திவிட்டு
ரயிலேறிவிடலாம் எனத் தோன்றுகிறது அவனுக்கு
அப்போது ஆரஞ்சொளியின் தீர்க்கத்தில் ஒரு புள்ளிக் கருமை
அவன் நெஞ்சாழத்தைத் தொடுகிறது.
ஆயிரம் மைல்களுக்கு அப்பால்
எதிர்காலமற்ற நிலப்பரப்பில்
எரியும் சூரியனைப் பார்த்துக்கொண்டிருக்கும்
தன் தாயைப்பற்றி நினைக்கிறான்
அவள் மகிழ்வோடு ரொட்டி சுடுவதைப்பற்றி.
மகள்கள் பள்ளியிலிருந்து திரும்பும் அந்த மாலையின்
அழகைப்பற்றி.
அவர்களின் வாழ்வுக்காகவேணும் அவன் பணிசெய்தாக வேண்டும்
அழைப்பதற்காக விரிந்த கைகளைத் தாழ்த்தி
மீனாக மாறி நீந்த விழைகிறான்.

## வேறு வேறு சூரியன்கள்

மரம் செடி கொடிகளில் இலைகள் பருத்துத் தொங்குகின்றன
இலையுதிர்தலுக்கு முந்தைய பருவம்
சாளரத்துக்கு வெளியே இரு புறாக்கள்
தமது காரியங்களில் மும்முரமாக இருந்தன
வெதுவெதுப்பான அறையில் உன் மடிமீது தலைவைத்திருந்தேன்.
பேரழிவைப் போன்ற கருநிழல்
நம் படுக்கையறையின் திரைச்சீலைகளில் காற்றிலாடியது
ஒருவருரிடமிருந்து இன்னொருவருக்குப் பரவியது விஷக்காய்ச்சல்
கனத்த உறக்கம்
நம் கனவுகளிலிருந்து எழும்பிய நீர்மக்குரல்
நம்மை இரு கோடுகளாகப் பிரித்தது
பூமியை இரண்டாகத் துண்டாக்கியது போன்று.

தாழ்வாரத்திலுள்ள உன் சாய்வு நாற்காலியில் கிடக்கிறது
நிறமிழந்த சூரியனின் மெலிந்த கதிரோட்டம்
அதன் வெம்மையில் படுத்துறங்குகிறது பூனைக்குட்டி.

நான் இங்கிருந்து பார்க்கிறேன்
தொலைவில் நீ நடந்து போகிறாய்
சோளக்காட்டுக்குள் பயிர்களுக்கு ஊடாக
வெயிலில் மினுங்கிச் செல்லும் காற்றைப்போல ஒயிலாக.
இனி நம் உலகில் வேறு வேறு சூரியன்கள்.

## கடலுக்குச் செல்லும் வழி

மலைக்கு முன்வாசலில் அவனது வீடு
பஞ்சு மூட்டம் புகைந்து கொண்டிருக்கும் மலையில்
சூரியக்கதிர் பாய்ந்து வெண்மை விலகிப் பசுமை தென்படுகிறது.
அந்தத் தெளிவான காலையில்
அவனது நடுமண்டை பிளக்கும்படி
வங்கி அவனை வீட்டை விட்டு வெளியேற்றுகிறது.
அன்பை மட்டுமல்ல வாழ்வையே முறித்துப்போட்டது கடன்.

சாக்லெட் காகிதத்தில் சுற்றி
வங்கிகள் அவனுக்களித்தது சுருள் துப்பாக்கி
விசையை அழுத்தினால் வெடிப்பது அவனது தலைதான்.

பேட்மேன் ஆடைகளை அணிவித்து
வங்கி அவனை ஒப்பனை செய்ததும்
எந்நேரமும் வீட்டிலிருந்து பறந்து செல்ல வேண்டிய வசதிக்காகத்தான்.

"கனவு இல்லம்" என்ற நயமான வார்த்தை
இப்போது அவனுக்குக் கசப்பூட்டுகிறது.
அங்கே பல்கிப் பெருகியது அவனது வாழ்வல்ல
எலும்புகளை மிச்சமின்றி தின்றுதீர்க்கும் வட்டிக் கடன்கள்தான்

ஒரே கிளையில் தங்கும் பறவைகள் உலகில் இல்லை
என்கிற தத்துவங்களைத் தூசிதட்டி மனப்பாடம் செய்வதுதான்
தப்பிப் பிழைக்க ஒரே வழி.

நெல் வயல்களில் பம்பரமாகச் சுழன்று
பொற்கதிருண்ணும் பறவைகளே
கடலுக்குச் செல்லும் வழியைக் காட்டுங்கள் அவனுக்கு.

### சாயங்காலம்

பால்கனியில் அமர்ந்திருக்கிறேன்
உள்ளே நுழையலாமா வேண்டாமா எனத் தயங்கியபடி
முல்லைக்கொடியின் ஓரத்தில் நிற்கிறது சாயங்காலம்
வெகு நேரமாக நின்று கொண்டே இருக்கிறது
சாயங்காலத்தின் பாஷை அறியாத நான்
அதை உள்ளே கூப்பிட வழியின்றி
வெறுமனே பார்த்துக் கொண்டிருக்க
சரசரவெனச் சாயங்காலத்தை விழுங்கி
வெளியை வியாபிக்கிறது இரவு.

## சூரியன் உலாவும் நன்னிலம்

ஒரு மத்யான வெயிலில் பனிக்காற்று வீச
என் உடல் வசந்தகாலமானது
இவ்வளவு மகிழ்வா இவ்வாழ்வு என நடுங்கிப் போனேன்
கொஞ்சம் சத்தமாகக் கத்திவிட்டேன்போல
என் கையிலிருந்த ஒலிப்பெருக்கி பறிக்கப்பட்டது
விசித்திரங்கள் சூழ நிலம் என்னை நோக்கி
எல்லாவற்றையும் திருத்தித் தடித்த காகிதத்தில் எழுதி
அலட்சியமாகத் தூக்கித் தூர எறிந்தது.
வெறுமையான பொழுதுகளைக் கொண்ட
விருந்தினர் எவரும் கதவைத் தட்டாத வீட்டில்
குடிவைக்கப்பட்டேன்.
பகிர்ந்துகொள்ள ஒருவரும் இல்லையென்றானபின்,
மகிழ்வையும் துயரத்தையும் மூட்டைகட்டிப்
புஷ்பக விமானத்தில் ஏற்றி
வேற்று கிரகத்திற்குதான் அனுப்ப வேண்டும்
என்று நினைத்துக் கொண்டிருந்தேன்
பொழுது சாயும் வேளையில் யன்னல்களைத் திறக்கும்வரை.
கதவைத் திறந்தால் செங்கதிரொளி பாய்கிறது
ஆகாசத்தை விசாலமான வெளியில் காண மாடிக்கு ஓடினேன்.
சுதந்திரப் பதாகையைப் பறைசாற்றிக்கொண்டிருந்த
அவ்வளவு வட்டமான சூரியனை வேறெங்கும் கண்டதில்லை.
அந்த மந்திர ஒளியின் மஞ்சளில் திகைத்து நின்றேன்
மஞ்சள் வண்ணத்தின் முழுமை எனைப் பித்தாக ஆட்கொண்டது.
தலைகீழாக நின்ற என்னைப் பறவைகள் நலம் விசாரித்தன
பால்ய ரகசியங்களை
வயல்வெளித் தானியங்களை
வற்றாத நதியினை

எனது ஈரமோகங்களைத்
தளராதக் காற்றைச்
சூரியோதயங்களைச் சூரிய அஸ்தமனங்களை
அவற்றைத்தாங்கும் மலையைப் பற்றிக் கூறி
யாவும் தொலைந்ததென்று அவற்றிடம் கிசுகிசுத்தேன்.
''சூரியன் உலாவும் நன்நிலத்தில் தனித்துவிடப்பட்டவர்களென்று
எவருமில்லை'' எனச்சொல்லி
மஞ்சள் ஒளியை அளாவி எனைக் கடந்து சென்றன பறவைகள்
இவ்வளவு மகிழ்வா இவ்வாழ்வு என மீண்டும் நடுங்கிப் போனேன்
எல்லாப் பிரதேசங்களிலும்
ஈரப்பதமிக்க வாழ்வொன்று இருக்கத்தான் செய்கிறது.

## குறைகால இச்சை

அது ஒரு கதகதப்பான கூதிர்காலம்
அதன் செம்மையை உணர்ந்து கொண்டிருக்கும்போதே
பூமி தனது உறுதியைத் தளர்த்தி இரக்கமற்று சுழல்கிறது.
வேர்களின் ஆழமான பிடியிலிருந்து நழுவி
உன் என் உறவைப்போல மரம் சாய்ந்தாடுகிறது.
இலைகள் உதிர பெரும் ஆட்டம்.
குறைகால பிரசவமாய் இச்சைகள் அழிவுற்று
வெளியேறுகின்றன.
பறவைகளின் சங்கீத கீர்த்தனைகள் தடுமாற,
உனக்கும் எனக்கும் பாலமாய் இருந்த அந்த மரத்தைப்
புயல் சாய்க்க,
விலகிச் செல்கிறது எதுவென அறியாதிருந்த ஒரு பாரம்,
இந்த முழு நிலவு
இன்றிரவு ஏன் இவ்வளவு கறார் தன்மையோடு
நடந்துகொள்கிறது
கொஞ்சமும் அரவணைப்போ ஆறுதலோ இல்லை
அதன் ஒளிர்வில்.

## ரயிலில் செல்லும் வாழ்வு

பாருங்களேன் இந்த வாழ்வுக்குத்தான் எவ்வளவு அகந்தை!
ஒரு சின்ன எச்சரிக்கை கூட இல்லை
கடைசி ரயில்பெட்டியைப்போல உடனடியாகக் காட்சியளித்து,
கைகாட்டித் திரும்பிச் செல்கிறது.

எப்போது வேண்டுமானாலும் திறந்திடும் வாழ்வுக்குள் புகுந்திட
இந்த அடர்த்தியான குளிரில்
சேவல்களுக்கு முன்பாக எழுந்து காத்திருக்கிறேன்
அது கொஞ்சமும் பொருட்படுத்தாமல் போய்க்கொண்டிருக்கிறது.

துருப்பிடித்த அதன் சத்தம் மட்டும் இல்லையென்றால்
இந்நேரம் தவறவிட்டிருப்பேன்.
ஒரே தாவலில் படிக்கட்டில் ஏறி வசதியாக நின்றுகொண்டேன்
வாழ்வு தலைகுனிந்தது
என் இச்சையின் வேர்கள் அதனுள் கிளைவிட்டிருப்பதைக்
கூர்ந்து கவனித்தது.

அப்போது எரி நட்சத்திரத்தின் பொழுதுகள்
மெல்லமாக ஒளிர்வதை இருவரும் கண்டோம்.

எதுவாக இருந்தாலும் சரி இருவரும்
சேர்ந்தே செல்வோம் என்றேன்
வாழ்விடம் பதிலேதும் இல்லை
ஆனால் அதன் ரெக்கைகள் மட்டும் படபடத்தன.

## சிதறல்

கைதவறிதான் பீங்கான்கோப்பை விழுந்தது
உலகத்தையே தூக்கிப் போட்டு உடைத்த
விதிர்விதிர்ப்பில்
மூலையில் ஒடுங்குகிறாள்
சத்தத்தைப் பொறுக்கிக் குப்பையில் போடுகிறேன்
பெருக்கித் தள்ள முடியாத அவள் மௌனம்
சில்லு சில்லாகத் தெறித்துக் கிடக்கிறது.

## நானொரு வாயசைப்பு

நான் தூசி படிந்த தட்டச்சு இயந்திரம்
2023 ல் தட்டச்சு செய்ய ஒருவருக்கும் தெரிந்திருக்கவில்லை.
இப்போது குளிரூட்டப்பட்ட அறையில்
கஞ்சா புகைகளுக்கு நடுவே நடன அரங்கில் நிற்கிறேன்.
அரை இருட்டில் இவ்வளவு அந்நிய ஆடவர்களுக்கு
மத்தியில் கூட்டத்தோடு நடனமாடுவதும்,
திருவிழா கொண்டாட்டத்தில் ஆண்களின் கண்களுக்குப்
புலப்படா மறைவில் நின்றுகொண்டிருப்பதும்
ஒன்று போலவே பெரும் அசூசை.
நான் அவ்வளவு நவ நாகரீகமானவள் அல்ல
என் வீட்டு சுவரில் பழைய மலை ஓவியமே தொங்குகிறது
அதிலிருந்து பறந்தோடிச் செல்லத் துடிக்குமொரு பறவை
சதா ஓவியச் சட்டத்தினுள் சுழன்றடிக்கிறது.

## பெயர் தெரியாதவைகளின் கிரீச்சிடல்

தினமும் காலையைத்
தன் அலகில் தூக்கிக்கொண்டு வருகிறது அந்தப் பறவை
அதன் பெயர் தெரியவில்லை
சாம்பல் வண்ண நீளமான வால்
உடல் சாக்லேட் வண்ணம்
அதில் சிறிது மஞ்சளும் வெண்மையும் கலந்திருக்கிறது
வெகுதொலைவிலிருந்து வந்த பறவையாக இருக்கலாம்
அதன் சத்தத்தை நீங்கள் கேட்க வேண்டுமே
பழுதடைந்த இசைக் கருவியின் சத்தத்தைப்போன்ற கிரீச்சிடல்
பால்கனிக்கு ஓடி அதைக் காணாமல் இருக்க முடியாது
கொய்யா மரத்தின் இலைகள் வழியே கண்ணுற்றால்
மகிழ்ச்சியின் துள்ளாட்டத்தில்
அது ஆடும் ஒரு கண்ணாமூச்சி ஆட்டம்
ஓரிடத்தில் நில்லாது பார்வைக்கு அகப்படாமல்
காற்றை விசிறியடித்துக் கிளைக்குக் கிளை தாவி
காணும் கண்களை அயர்ச்சியாக்கி
இறுதியில் அந்தப் பகுதியை விட்டே அகலும்
ஆனால் தூரத்தில் சத்தம் மட்டும் கேட்டுக்கொண்டிருக்கும்
அசைந்தாடும் கதவு ஆடிமுடிந்து
மெது மெதுவாகச் சத்தத்தை நிறுத்துவதுபோல
பறவையின் ஆலோலம் நின்று
முடிவில் கடந்த காலத்தின் பொன்னொளிக் குரல் எதிரொலிக்கும்
பின் அங்கேயே நின்று கொண்டிருக்க வேண்டியதுதான்.

## இண்டு

ஒருமுறை தூக்கம் வரவில்லையெனப் புலம்பியதற்குப்
பல்லாண்டுகள் தனித்துவிடப்பட்டவள்,
வெளியே நின்றாடும் வேப்பமரம்
நிலைக்கதவின் இண்டு வழியே நிழல்களைப் பரப்ப
திடுமென எழுந்து அதைக் கட்டிக்கொண்டு அழுகிறாள்.
யாரிடமும் சொல்லத்தகுந்ததல்ல அவள் வாழ்வு
ஜன்னல் கம்பிகளுக்கிடையே பறவைகள்
விட்டுச்செல்லும் தானியங்களை உண்டு வாழ்கிறாள்
கூதிர் இரவின் வெம்மை தேடியும்
கோடை மதியத்தில் குளிர்மை தேடியும்
இரைஞ்சும் உடல் அவளுடையது
அப்போது அதே இண்டு வழியே சூரியன் உள் நுழைந்து
தனது சிறிய பளிச்சென்ற கண்களால் அவளை
உற்றுநோக்குகிறது.

"உன் வெப்பம் தணிக்க சிறு குளிர்ச்சி கூட என்னிடம் இல்லை
எனக்கென எதுவுமே இருந்ததில்லை" என்கிறாள் அதனிடம்.

சூரியன் புன்னகைக்கிறது
அதைப்பார்த்ததும்
அதுவரை மயங்கிக்கிடந்தவளின் நாக்கு
மெல்ல நீண்டு ஒளியை அருந்துகிறது
சூரியனைத் தலைமாட்டில் வைத்துத் தூங்குகிறாள்
சிறிது நேரத்தில் கால்மாட்டுக்கு இறங்கி
அவள் அசந்ததொரு தருணத்தில்
முற்றாக வெளியேறியது சூரியன்
அப்போதுதான் அவளுக்குக்
கதவுகளைத் திறக்க வேண்டுமென்கிற ஞானம் பிறந்தது

திறந்த கதவுகளுக்கு வெளியே
விளையாடிக்கொண்டிருந்த சிறுவன் அவளிடம்
"இவ்வளவு நேரம் கதவுகளை மூடி
என்ன செய்து கொண்டிருந்தாய் அம்மா" என்கிறான்

அவன் மேல் நெய் வாசனை அடித்தது
பருப்பு சாதத்தை மசியப்பிசைந்து
அவள்தான் அவனுக்குச் சாப்பிடக்கொடுத்திருந்தாள்
ஒரு மதிய தூக்கம் அவளைப் பல்லாண்டுகால
தூக்கப் பிரம்மைக்குள் தள்ளியிருந்தது
ஆசிரியரிடம் அனுமதி வாங்கிச்
சிறுநீர் கழிக்கச் சென்றுவந்த சிறுமி
மீண்டும் கவனமாகப் பாடத்தைக் கவனிப்பதுபோல
மகனைத் தூக்கி இடுப்பில் வைத்தாள்
அவன் திரும்பிவந்த தனது அம்மாவுக்கு
நெய் முத்தமொன்றைக் கொடுத்தான்.

## சூரியப்பந்து

விடிந்திருந்தது
நேற்றையத் துயரத்தோடு
தெருவில் இறங்கினேன்
ஒவ்வொரு தெருவிலும்
நான் விட்டுவந்த காலடிகள்
துணைதேடி சத்தமிட்டு என்னைப் பின் தொடர்கின்றன
தெருமூலையில் இருக்கும் பூக்கடைப் பெண்
அந்த விடியற்காலையிலேயே
குளித்துக் கூந்தலைத் தளரவிட்டிருந்தாள்
குளிர்ந்த தன் உடலைத்
சேலைத் தலைப்பால் மூடி பூக்களைத்
தொடுத்துக்கொண்டிருந்தாள்
என் உடலும் குளிர்ந்தது
உடலைக் குறுக்கினேன்
அவள் உதட்டின் ஓரத்தில் நெளிந்த
மகிழ்வின் சிறு சுழிப்பில் சூரியப்பந்து உதிக்கிறது.

## யானைச் சித்திரங்கள்

மஞ்சள் வெயிலேறிய வெத்தலைக் கொடிக்கால்
இளமயிலாய் அசைந்தது
உருவம் மங்கிய நிழல்கள்
கண்ணாடியில் அசைகிறதென்று
பாட்டி புலம்பிய நாள்களில்
சுவர்களில் விருட்சமிட்ட அரசமரச் செடியினை
அப்பா பிடுங்கியெறிந்தார்.

அந்நாள்களில்
புகைக்கூட்டிலிருந்து வெளியேறும் புகை
வானத்தைச் சென்றடைகிறதாவெனப் பார்த்தபடியே
என் சகாக்களோடு பள்ளிக்குச் செல்வேன்
அப்போதெல்லாம் வானில் வெள்ளொளிக் கோலமிட்ட
யானைச் சித்திரங்களையே அதிகம் காண்பேன்
இருட்டுப் பாறையில் மோதி மோதி
மீன்கள் சாகும் கனவினை நான் கண்டபிறகு
என் வீட்டின் நிலைக்கண்ணாடியில் அவ்வுருவங்கள்
அழியத்தொடங்கின
நாய்கள் ஊளையிட்டு ஊளையிட்டுக் குரைக்க
பாட்டியின் சொற்களை மண்மூடின
எழவுப் பந்தலில் போடப்பட்ட டியூப் லைட் வெளிச்சத்தில்
வாழ்வுக்கும் சாவுக்கும் இடையே
நான் கிளியின் மூக்கினை வரைந்து கொண்டிருந்தேன்.

## மேகத்துண்டு

வாகனங்கள் நெருக்கமாக நகரும் சாலையைப் பார்த்தபடி
கட்டங்காப்பி அருந்துகிறேன்
அதில் மிதக்கின்றன
மலையின் மேகத் துண்டுகள்
அதன் நறுமணத்தில்
நெடுங்கனவு உயிர்க்கிறது

நளிர் காற்றில் குல்லாய் அணிந்தபடி
நான் மலைப்பள்ளத்தில் நீர் எடுக்கப்போவதை
நான் இங்கிருந்து பார்க்கிறேன்.
காப்பிச் செடிகளுக்கிடையே
ஏலக்காய் பறிப்பவர்களின் பாடல்
இங்கே என் காப்பி கோப்பையில் ஆவியாய் எழும்புகிறது
அதன் நெளிவுகளே சங்கீதக் குறிப்புகள்
நெளிவுகளில் கேட்கிறேன் பறவைகளின் ஆலோலம்
ஆரவாரமாகக் குரலெழுப்பும் பூச்சிகளின் ரீங்காரம்
இப்படி தினமும் காலையில் என்னை
மலையேற்றிவிட்டுத்தான்
அன்றாட வேலைகளைப் பார்க்கிறேன்.

## பப்

என் காலடியில் விழுந்த சாம்பல் நிறப்பலூன்
விம்மி விம்மி அழுதது
"எந்தக் குழந்தைக்கும் பிடிக்காத நிறம் என்னுடையது
ஒருவரும் தீண்டவில்லை தனியே பறக்கிறேன்" என்றது
என் அன்பான நானே எனச்சொல்லி
அதை இறுக்க கட்டி அணைத்தேன்
பலூன் டப்பென்று வெடித்தது.

## ஐந்து ஐந்தாக

அவள் அன்று வலது கையில் கடிகாரம் அணிந்திருந்தாள்
அது ஐந்து நிமிடம் தாமதமாக ஓடியது.
அதை உணர்ந்த ஐந்தாவது நொடியில்
பின்னுக்குத் திரும்பிப்பார்க்கிறாள்
அவன் ஐந்து நிமிடம் தாமதமாக வந்துகொண்டிருந்தான்
பின் ஐந்து மணி நேரம்
ஐந்து நாள்
ஐம்பது வாரம்
ஐநூறு மாதம்
ஐந்தாயிரம் வருசம்
ஐம்பதாயிரம் நூற்றாண்டு தாமதமாகிக் காணாமல்
போய்விட்டான்.

## பாவினம்

சர்க்கஸ் மைதானம் காலியாவதைப் பார்க்கும் சிறுமியின்
கேளிக்கை உடைந்து துக்கிப்பதைப்போல நிற்கிறேன்.

எவ்வளவு பெய்தும் தேங்காமல் கீழிறங்கும்
பாறைச் சரிவில் பெய்யும் மழையைப்போல
புலப்பட்டும் மாயமாய் மறைகிறாய்
உன்னுள் செல்லும் கடவுச்சொல்லை மறந்துவிட்டேன்
இயலாமையின் தனிமை மாட்டுப் பற்களாய்
மென்று விழுங்குகின்றன.

கற்பனா ஓவியத்தில் வெட்டுண்டு கூடாகி வீற்றிருக்கும்
மிருகத்தலையின் அகோரம் நான்
தீராதிருக்கும் இந்தப் புழுதிபடர்ந்த
காற்றலை வீசும் இதயத்தைக் குணப்படுத்து.

மூங்கில் சத்தங்களின் முறிவுகளாய்
ஓலமிடும் வலியில் துருப்பிடிக்கின்றன ரத்தநாளங்கள்
நீயோ தூரமாய் நதியின் மறுகரையில் நின்று நகைக்கிறாய்.

என்னை ஆட்டிப்படை
பித்துக்கொள்ளவை
மிச்சமின்றி உருக்கு
உருக்குலைய வை
என்னை நொறுக்கிப்போடு
ஆனால் சன்ன சன்னமாகவாவது
என்னுள் பாவினமாய் இறங்கு.

## இரவுப் பூங்கா

ஒவ்வொரு இரவும்
அந்த அழுக்கான இரவுப் பூங்காவிற்கு
இப்படித்தான் இன்னலின் விளையாட்டு நிகழ்கிறது
அங்கே பெரும் வெளிச்சம் பாய்ச்சும் விளக்குகள் எரிகின்றன
ஆனால் அவ்வழி செல்பவர்கள் கூட
அதைத் திரும்பிப் பார்ப்பதில்லை
ஆறுமணிக்குத் திறக்கப்படும்
துருப்பிடித்த இரும்புக் கேட்டுகளின் அசுர ஒலி மட்டுமே அதன் துணை
வெளிச்ச இடுக்குகளில் மாட்டிக்கொண்ட இருட்டின் மூச்சு
சத்தமற்ற பெரும் அழுகையில் விசும்புகிறது
தடவித் துயரகற்றும் அந்திப்பறவைகளும்
உறக்கத்தில் ஆழ்ந்திருக்க
இச்சிமரம் நடைபாதை மேடைகளில்
பிரவாகமாய்க் காய்களை உதிர்த்துக் கொண்டிருக்கிறது
போக்கிடமற்று தெருவில் திரியும் நாயைப்போல
சலிப்போடு திரும்பிப்படுக்கிறது இரவு.
அப்போது தந்தையொருவன் தன் மகளைப் பூங்காவினுள்
இறக்கிவிடுகிறான்
பூச்சிகளின் சத்தம் வரி வரியாக ஒலி நிழலாய் ரீங்கரிக்க
அதனுள் நுழைகிறாள் பாப்பா
அவள் தன் பூப்பாதங்களை நடைமேடைகளில் பதிக்க
இரவின் அசதிகள் அழிந்து
இல்லாமையிலிருந்து எழுகின்றன கற்படிவங்களும்
முந்தையநாளில் குரைத்துச் சென்றிருந்த
நாயின் லொள் லொள் சத்தமும்.

## மாயமரம்

இரவெல்லாம் யாத்திரிக்கா தூங்குவதில்லை
"மாயமரம் மாயமரம்" எனப் பிதற்றுகிறாள்
இரவையும் பகலையும் பிரித்தறிய முடியாத
விழிகளைக் கொண்ட அம்மா
செங்காந்தள் மலர்களின் வாசனையை நுகர்ந்தபடி
காடெங்கும் நடக்கிறாள்
பின் அவளும் மாயமரம் மாயமரம் எனப் பிதற்றுகிறாள்
ஒரு மாத்திரை வில்லையை விழுங்கிய யாத்திரிக்காவிற்கு
ஞாபகம் மீண்டது
அம்மாவிற்கு அதுவும் இல்லை
தலையை ஆட்டிக்கொண்டே அலைகிறாள்.

"முதல் நாள் பள்ளிக்கூடம் சென்று திரும்புகையில்
ரிக்சாவில் என்னோடு ஏறிவந்தாயே,
அப்போது நீ அணிந்திருந்த வயலட் பூப்போட்ட
வெள்ளை சேலையை ஞாபகம் இருக்கிறதா அம்மா?"

அம்மாவிற்கு அது மட்டுமா நினைவில் இல்லை
தொலைபேசி அழைப்புக்காகக் காத்திருக்கும்
மகளின் நீண்ட அந்தி மாலைகளையும்,
விரல் சூப்பிய குளிர் இரவில்
இடது கையின் தேடுதல்களையும்,
மகள் பாட விரும்பிய ராக வரிசைகளையும்
இன்னும் நிறைய நிறைய விசயங்கள்
இல்லை இல்லை இல்லை
அவள் ஞாபகத்தில் எதுவுமே இல்லை.

"நீண்ட நீண்ட வெயில் நாள்கள் மட்டுமே
என் உடனிருந்தாய் அம்மா இன்றுவரை நிழல் தேடி
அலைந்து கொண்டே இருக்கிறேன்
நீ மாயமரம்...
மாயமரம் மட்டுமே நீ"
இருவருக்குள்ளும் பெருமரமென வளர்ந்து நிற்கிறது வாதை
ஒருவருக்கொருவர் பார்த்துக்கொண்டு
கட்டி அணைக்கிறார்கள்
அவர்களின் உடலிருந்து செங்காந்தள்கள் உதிர்கின்றன.

**பொடிமீன்**

ஆற்றின் கரையோரம் நடந்து செல்கிறேன்
ஒவ்வொரு மரத்திற்குப் பின்னும்
தீபத்தைப் போன்று ஒளிர்கிறது சூரியன்
நதியில் இறங்கி மல்லாக்க மிதக்கிறேன்
நெஞ்சின் வெறுப்புகள் எல்லாம் நீரில் கரைகின்றன
இப்போது நான் ஒரு பொடிமீன்
எளிதில் வலைவிரித்துப் பிடித்துவிடலாம்
எனக்கென்று இனி புதிதான தீமைகள் எதுவும்
வரப்போவதில்லை.

## வெள்ளொளிக் கோலங்கள்

துரோகத்தின் சுவடே இல்லாமல்
ஒரு குழந்தையின் மெல்லிய பாத ஓசையைப்போல
வானின் வெள்ளொளிப் படுக்கைவிரிப்பில் படர்ந்திருந்த
நேற்றின் வாதைச்சொற்களைச் சுருட்டி எடுத்துத்
தீ மூட்டி எரித்தான்.
அதுவென்னவோ புகையாய் வளர்ந்து
ஊர் முட்டும்வரை நிழலாய்க் கிடக்கிறது.
அதை நுகர்ந்து உண்ணப்போன நாய்கள் எல்லாம்
வெறிபிடித்ததைப்போல ஓடின.
அவ்வளவு வீச்சம் அதில்
அவன் அதை அதிசயித்து நோக்கி
நாற்சந்தின் வளைவில் அவளைச் சந்திக்கிறான்.
மழுப்ப முடியாத வெறுப்புகள்
தலைகீழாக அவள் முகமெங்கும் ஏறி இறங்கிக்
கொண்டிருந்தன.
முன்பு நாட்டியப் பேரொளியின்
ஒளி சிந்தும் அழகாய் இருந்த முகமா இது?
எதுவுமே முன்னம் இருந்த இடத்தில் இருப்பதில்லை.
எழும் குரலைச் சுழல்காற்று விசிறியடிக்க
இருள்கூடி மழை பெய்கிறது.
நிழல் அழித்து அவள் முகம் திருப்பி நடக்கிறாள்.
புகை நீக்கிய மழை பார்த்து
அவன் அங்கேயே நின்று கொண்டிருக்க,
சாவு ஊர்வலத்தில் வீசிச் சென்ற மலர்களின் நறுமணத்தை
மழையால் அழிக்க முடியவில்லை.

## மரத்தின் கொடை

ஒய்யாரமாகப் படுத்திருந்தது பூனை
பெரிய காயொன்றை அதன்மேல் உதிர்த்து
எழுப்பிவிட்டது மரம்
பூனை வெகுண்டெழுந்து கத்தியது.
“எந்த வேலைக்கும் போகாமல் இங்கேயே கிடக்கிறாயே
எதை உண்டுதான் வாழ்கிறாய்” என மரம் சினத்தோடு கேட்க,
“உன் நிழலை உண்டுதான் வாழ்கிறேன்” என்றது பூனை.
தன் நிழலை மறைக்கத் தெரியாத மரம் விக்கித்துப் போனது.

### பிரமைகள் நீங்கிய மனம்

மலை உச்சியில் நின்று பள்ளத்தைப் பார்த்தால்
ஆடை கனக்கிறது
கழற்றி வீசுகிறேன்
அது காற்றாகிக் குளிர்கிறது.
பிரமைகள் நீங்கிய மனம்
பசுமையின் செறிவில் எடையற்றதாகி மிதக்கிறது.
நிர்வாண உடலின் வசீகரமான பகுதிகளை
அறுத்தெரியச் சொல்லும் கூக்குரல்கள்
அப்படி என்னிடம் இருப்பது மனம் மட்டுமே என்று சொல்லி
அதை வான் நோக்கி எறிகிறேன்.
மிஞ்சிய வெற்றுடலை
மரத்தினடியில் நிறுத்திவிட்டு
சூரியக் கதிரொளியின் மஞ்சள்நிற பொன்துகளானேன்.

## இரண்டு குருவிகள்

கிடார் நரம்புகள் அறுந்ததுபோல
அவன் படக்கென்று கிளம்பிச் செல்கிறான்
பிணக்குழியில் இறங்கும் சடலத்தைப் போன்று
அவள் அசையாதிருக்கிறாள்
அங்கே மௌனத்தின் அசையாத தனிமை
அதன் அருகருகே அமர்ந்து
இரண்டு குருவிகள் அதைக் கொத்தி கொத்தித் தின்பது
நல்ல விளையாட்டு.

## நல்லமைதி

முன்பனிக்காலத்தின் வெதுவெதுப்பான பின் மதியம்
என் வீட்டுத் தோட்டத்தில் துணிகளைக் காயவைக்கிறேன்.
துணிகள் செடிகளுக்கிடையே காற்றிலாடி வெயிலில் காய்கின்றன.
நான்தான் எவ்வளவு பொறுப்புமிக்கவள்
என் குற்றங்கள் நீங்கிப் பரிசுத்தமாவதை உணர்கிறேன்.
ஏகாந்தமாய் வான் நோக்கினால் கழுகொன்று வட்டமிடுகிறது
ஆகாயத்தின் நீண்ட வெது வெதுப்பான
மாசுமருவற்ற தனிமை.
புலனின்பக் காட்சிகள் புடம்போட்ட தங்கத்தைப்போல
வெகு கச்சிதமாக நல்லமைதிக்குத் திரும்புகின்றன
உள்ளும் புறமும் பேரின்ப விடுதலை.

## ஆகம ருசி

இதுதான் கடைசியென
ஒவ்வொரு முறையும்
விடை பெறவே நினைக்கிறான்
யத்தனிப்பின் குறுக்கே வந்துவிடுகிறது தீண்டலின் ஆகம ருசி
தீயின் துளிகளைப் பருகத் தருகிறவளின் கைகளை
எப்படித்தான் முத்தமிடுகிறானோ
ஆதுரம் தேடிய விரல்களில்
அன்பின் விஷ நரம்புகளை அவள் பரவவிடுகிறாள்
குற்ற உணர்வில் அவன் உதடுகள் நடுங்கும்போது
நன்மலர் முலைகளை உண்ணக் கொடுக்கிறாள்
களவறியா அவன் காமம்
மென் குமிழியென வெடித்துச் சிதறுகிறது
தாபமின்றி தணிகிறது ஊடல்.

## கால்களை இழுத்தபடி நடக்கும் மழை

ஒரு நிமிடம் கூட விடாத மழை
எந்தப் பறவையும் குரல் எழுப்பவில்லை
அனைத்தும் நனைந்தபடி எங்கிருக்கின்றனவோ
என விசனம் கொள்கிறேன்.
என் கண் முன்னே ஒரு மனிதன்
மழையில் கால்களை இழுத்துக்கொண்டு நடந்து போகிறான்
எல்லாம் மழையும் அவன்மேல்தான் பெய்கிறது
நான் அவனை வெறுமனே பார்த்துக் கொண்டிருக்கிறேன்.

## மதர்த்தலையும் களிறு

உனை
என்னோடு பொருத்திக்கொள்ள நினைக்கும்போதெல்லாம்
அச்சம் பீறிடுகிறது

தாமரைக் குளத்தில் நீராடிக் கரையேறும்
களிறை அடக்கும் சாட்டை என்னிடமில்லை

மதர்த்து அலையும் உன் களிகூட்டும் தாபப் பசிக்கு
உணவும் இல்லை என்னிடம்

அந்திமக் காலத்தின் கடைசிவரை
என்னுடலை மினுங்க வைக்கும் மந்திரத்தையும்
நான் கற்றறியவில்லை

காதல் மனதில் நஞ்சேறும் காலத்தில்
பாம்பின் விடமாய்க் கசந்துபோன முத்தங்களைப்
பரிமாறிக்கொள்வோம்

இறுதியில் இருள் இரண்டாய்ப் பிளக்க நாம் இரு திசைகளாவோம்

பின் உன்னுடைய கசப்பாக நானும்
என்னுடைய கசப்பாக நீயும்தான் மிஞ்சுவோம்.

## சிறு கல்

நாம் அடிக்கடி செல்லும் கடற்கரையில்
புயலால் சேதாரமடைந்த படகொன்று கிடப்பதைக்
கவனித்திருக்கிறாயா?
அதில் மௌனம் துளையிட்டு ஆழமாய் அமர்ந்திருப்பது
உனை தொந்தரவு செய்யவில்லையா?
ஆனால் எனக்கோ
அதன் நிதானத்திலும் அமைதியிலும்
சிறு கல்லெறிந்து பார்க்க ஆசை
உனக்கு அது தோன்றவில்லையா?

## மீட்சியற்ற பாவங்கள்

உன் இளமார்புகள் சுருங்கித் துவழ்வதுகூட தெரியாமல்
பழமையான முற்றத்தில் அமர்ந்து
நீ எவ்வளவுதான் அழுவாய்
வற்றிப்போன குளத்திலிருந்து மேடேறு.

நீ தீண்டாத பாவங்களும்
உனைத் தீண்டாத பாவங்களும்
இன்னும் இங்கேதான் இருக்கின்றன.
அமைதியின்மையின் சிறுபுறா பேராசையில்
பித்தேறி வட்டமடிக்கிறது
மீட்சியற்ற பாவங்களைச் செய்யத் துடிக்கும் அவற்றை
மூழ்கடிப்பது ஒன்றும் அத்தனை சிரமம் இல்லை
அழுகிப் போகக்கூடிய வண்ணமலர்களை உற்பத்தி செய்யும்
இந்தப் பூமியின் பழங்கூடாரத்திலிருந்து
முடிவற்ற தீமையின் சொற்களை உதிர்க்கும்
பொய் நாக்குகளிடமிருந்து விடுதலையாகி
நன்னெறி சத்தியமாய் நிலைத்திருக்கும்
கனவின் மறுபுறம் நோக்கிப் பயணம் செய்.

## ஞாபக அழுத்தி

நடப்பு நாள்களை மறந்தபடி இருந்தேன் ஆனால்
பெரும் தானியக் கிடங்கைப்போல
பழைய ஞாபகங்கள் நிரம்பி வழிகின்றன
புதிதானவற்றோடு வாழ
ஏற்கனவே சேகரமாகியிருக்கும் ஞாபகங்களை
வெளித்தள்ளத்தானே வேண்டும்
ஞாபகங்களை ஒவ்வொன்றாகத் திறந்து பார்க்கிறேன்
மூச்சுமுட்டிக் கிடந்த சில ஞாபகங்கள் வெளியே பறந்தோடின
என் ஞாபகத்திலே இல்லாத ஞாபகங்கள்
எழுந்துவந்து அச்சமூட்டுகின்றன.

## சிறுபொழுது

அப்போது நாங்கள்
ஒரு மத்யானத்தில் நின்று கொண்டிருந்தோம்
பெரியவர்கள் வீட்டுக்குத் திரும்பும் நேரமும் அல்ல அது
வாசலில் காயவைத்திருந்த நிலக்கடலையைக்
கோழி கொத்திக்கொண்டிருக்கிறது
முந்தைய கணம் வரை விரட்டப்பட்ட குருவி
இப்போது சோளத்தை உண்கிறது
சுடரென எரிந்து கொண்டிருந்த சூரியன்
அவ்வளவு இனிமை
கதிர் மாலை என் கழுத்தில் ஆட
சூடான சருமத்தின் வேர்க்கால்கள்
எம்பிக் குதிக்கின்றன
எங்களின் இருவருக்குமான தூரம் குறைகிறது
கால்களின் வேர்கள் நிலத்திற்குள் இறங்க
அசையாது நிற்கும் எங்களின் நிழல்களை
உண்கிறது மஞ்சள் பூனை
இச்சை ஒரு பாம்பென ஊற
நான் மயங்கிச் சரிய
ஒரு முத்தமே போதுமானதாய் இருந்தது.

## புத்துயிர்ப்பு

தேவாலய மணியில்
இனிய பொன் சிட்டுக்கள் வந்தமர்ந்திருக்கின்றன
இனிய கத்யூஷா
உன் மனதின் சத்தியத்தைப்போல
அது அத்தனை அமைதியாகக் கீச்சிடுகிறது.
நீ கையில் ஏந்திப் பாதிரியிடம் கொடுத்த தூபகலசத்தில்
நெஹ்லூதவ்க்கு விருப்பமான ரோஜாவின் நறுமணத்தைச் சேர்த்திருந்தாய்
அவனுக்கு அது எல்லாப் பிறவிக்குமான மீட்சியாய் அமைந்ததுதான்
காதலின் தருணம் இல்லையா?
உன் கண்களின் பிரகாசத்தை
அதன் கருணையைக் கண்டவன் மனதில்
இவ்வுலகின் ஒட்டுமொத்த ஒளியாகவும்
இனியவைகளிலும் இனியவையாக
நீ இருந்தாய் என்பதில் வியப்பில்லைதான்
ஆனால் கன்னி மரியே கத்யூஷா
வெள்ளை உடையும் சிவப்பு ரிப்பனும் அணிந்திருந்த
ஈஸ்டர் தினத்தில் கொஞ்சமும் அருவருப்பின்றி
பிச்சைக்காரனுக்கு நீ அளித்த அந்த மூன்று முத்தங்கள்
பிதாவினுடையதுதானே!
நின் காதல் நெஹ்லூதவ்க்கானது அல்ல
இப்பிரபஞ்சத்தின் எல்லா உயிருக்குமானது

**யாருக்கும் புலனாகாத கொக்கரக்கோ**

என் வீட்டுக்கு எதிரே உள்ள மரத்தில் சேவல் ஒன்று வாழ்கிறது
பெரு நகரத்தில் புராதன சத்தமாகிவிட்ட கொக்கரக்கோவைக் கூவி
அதிகாலையில் வீதியையே எழுப்பிவிடுகிறது
விடிந்ததும் அதை அறுத்துக் குழம்பாக்கிவிடும் ஆசையில்
எல்லோரும் அந்த மரத்தையே அண்ணாந்து பார்க்கிறார்கள்
யாருக்கும் புலனாகாத சேவலோ
பகலில் மரத்தின் இலைகளாகிவிடுகின்றது
பின் அதிகாலையில்
கொக்கரக்கோ கொக்கரக்கோ கொக்கரக்களாகக் காய்க்கிறது மரம்.

## சிம்பொனி

குளிரூட்டப்பட்ட மெட்ரோ ரயிலில் அமர்ந்து
செபாஸ்தியான் பாக்கின் இசைத்தொகுப்பைக் கேட்டபடி
பயணிக்கிறேன்.
வயலின் இசை உச்ச போதையாய்த்
தலையைக் கிறுகிறுக்க வைக்க
கண்களை மூடி லயித்தேன்
முகமெங்கும் திவ்ய தரிசனம் கிடைத்த
மகிழ்வு
பரமானந்தம்
பேரின்ப உச்சாடனம்
நிறைவான போகத்தின் திருப்தியான பாவனை
மேகங்களுக்கிடையே பறப்பது போலவும்
மல்லாந்து சூரியனைப் பார்த்து நதியினில் மிதப்பது போலவும்
மெல்லிய ஏகாந்தம் பரவுகிறது உடலில்
கடலலைகள் படகென நிற்க துள்ளி ஏறி அமர்கிறேன்
இறுதியில் எடை குறைந்த சிறகென மலையிலிருந்து விழும்போது
நான் இறங்க வேண்டிய நிறுத்தம் வந்துவிட்டதெனப்
பதிவு செய்யப்பட்ட குரல் தலையில் தட்ட
ஒரு நொடியில் ராஜவாழ்வு தள்ளாடி நின்றுவிட்டது.

## வாழ்வுக்குத் திரும்புதல்

செவலைக் காட்டில் ஒற்றை உசிலை மரம்
ஆடிக்கொண்டிருக்கிறது
இதே அந்தி ஒளியில்
மண் அப்பிய என் ஈரமுகத்தைத்
துடைத்துச் சுத்தப்படுத்தியவர்கள்
மலைகளுக்கு அப்பால் மறைந்து போனார்கள்
வெயிலோடு மழை பெய்த நாளில்
நானோ தொலைதூரத்தில் விடப்பட்டேன்
செல்லுமிடமெல்லாம் வந்து கொண்டிருந்த வானம்
புத்தி சுவாதீனத்திலிருந்து
என்னை மீட்டெடுத்தபடி இருந்தது
தனிமையின் உயரமான கட்டிடங்களில்
நிழல்தேடி அலையும் தாகப் பருந்தானேன்
அலை அலையாய் வெக்கைகள்
தொண்டையின் ஈரம் தூர்ந்துபோனது
கனவில் மெலிந்த மாடுகள் மேலக்காட்டில்
வறண்ட புற்களை மேய்கின்றன
அம்மா சத்தற்ற ஆமணக்கு செடி நிழலில்
முக்காடிட்டு மாடுகளைப் பார்த்துக்கொண்டிருக்கிறாள்
தானாக முளைத்த செடியில்
ஒரே ஒரு தக்காளிப்பழம் மட்டும் கனிந்திருக்கிறது
களைப்படைந்த என் கால்கள் அங்கேயே நின்றுவிட்டன.